MISINGI YA IMANI

SAFARI YA KUENDA KWA MFALME

ALL NATIONS INTERNATIONAL

**Misingi ya Imani
ya kitabu cha kupaka rangi cha
Isaiah 58 Mobile Training Institute**

ISBN: 978-1-950123-84-1
Hakimiliki © 2020 All Nations International
All rights reserved.

*Isipokuwa kama ilivyoonyeshwa vinginevyo, dondoo zote za Maandiko
zinachukuliwa kutoka kwa Biblia Takatifu
Kikoa cha Umma*

Taasisi ya Mafunzo ya Simu ya Isaya 58 inapatikana kwa matumizi
katika programu za mafunzo.
Kwa maelezo zaidi au kuagiza nakala za ziada za kitabu hiki cha kiada:

Barua pepe: is58mti@gmail.com
Wasiliana nasi: www.all-nations.org
Kozi ya mtandao: is58mti.org

Cover Art: Julian Peter V. Arias and Eve Lorraine Rivers Trinidad

Kwa wale ambao walitaka kujua ... lakini kamwe hakuwa na mwalimu. Kwa wale ambao walitafuta maono ... Ili wangeli fanya ujira wao kwa ndio waja wako. Kwa wale ambao wanataka kujua "Nini Kinachofuata?"

Kwa wale waliojua walikuwa walimu... lakini hakujua cha kufundisha. Kwa wale wanaomtafuta Kristo ndani yetu Tumaini la Utukufu! Kitabu hiki cha kiada kifunulie kwako Yesu Kristo na Amani aliyowatawaza ninyi kuwa pamoja nanyi siku zote.

CONTENTS

Mungu ni nani?	1
Siku ya 7	4
Je Mwenyezi Mungu Huishi Wapi?	5
Je, Mungu ni wa Rangi gani?	7
Inamaanisha nini kuumbwa kwa mfano wa Mungu?	9
Je, Adui mmoja wa Mungu ni nani?	10
Dhambi ni nini?	13
Tunafaa kufanya tunapotenda Dhambi?	15
Kutubu ni nini?	16
Je, Yesu ni nani?	18
Kutubu ni nini?	23
Wokovu ni nini?	24
Kubatizwa na Maji ni nini?	27
Roho Mtakatifu ni nani?	28
Ubatizo wa Roho Mtakatifu ni nini?	30
Nifanye nini ili niokolewe?	31
Nenda Utafute Wanafunzi	32
Kwa uhuru umepokea, toa kwa uhuru	34
Usanidi wa mchezo	35

MUNGU NI NANI?

TUNADHANI MUNGU AMEUMBWA KAMA SISI ... apana...

Sisi ndio **Tumeumbwa kama Yeye**.

Mungu alikuwa... Hata kabla hatujaumbwa. Hana mwanzo na hakuna mwisho. Na Mwenyezi Mungu ni Mwenye kuumba kila kitu. mbingu na dunia na vitu vyote vilivyo hai. Mungu pia alimuumba mwanadamu.

MUNGU NDIYE MUUMBA

"Hapo mwanzo, Mungu aliumba mbingu na nchi katika siku saba tu:

Siku ya 1: Mungu aliumba Nuru na kutenganisha Nuru kutoka gizani.
Siku ya 2: Mungu aliziumba mbingu.
Siku ya 3: Mungu aliumba dunia, bahari, na mimea.
Siku ya 4: Mungu aliumba Jua, Mwezi, na Nyota.
Siku ya 5: Mungu aliumba Ndege na wanyama wa Baharini.
Siku ya 6: Mungu aliumba Wanyama wa Ardhi na Wanadamu.
Siku ya 7: Mungu alipumzika.

Mungu alipomuumba mwanadamu, alimfanya kutoka vumbi ya dunia. Baada ya Mungu kuumba mwanadamu, alipumua ndani yake na mwanadamu akawa kiumbe hai, cha kupumua. Hii inatufanya kuwa maalum kwa Mungu.

JE, UNAJUA?

MUNGU ALIUMBA ULIMWENGU KWA SIKU SABA TU

SIKU 1

SIKU 4

Mwenyezi Mungu hukutakia mema. Biblia ni neno la Mungu lililoandikwa kwa mwanadamu kuelewa njia Zake na amri Zake

Mungu ni mwenye huruma, neema, mwepesi wa hasira, mwingi katika upendo na ukweli.

Baada ya Mungu kuuumba ulimwengu, alifanya bustani na kumweka mtu ndani yake. Fikiria mahali hapa: bustani nzuri zaidi, au hifadhi ambapo hakuna maumivu, mateso, au mateso! Kila kitu unachohitaji kula kinakua kwa kawaida huko kwako. Wanyama huingia kwa amani. Hakuna mtu anayepigana au ana hasira; hakuna mitazamo mbaya na hakuna maneno yasiyo na huruma. Mungu na watu wake walitembea na kuongea katika bustani wakati wa jioni ambapo kulikuwa na kijibaridi.

Kila kitu kilikuwa kamilifu.

Hiki ndicho Mungu alichokifanya mwanzoni, kwa watu aliowapenda.

Zaburi 145:8, "Bwana amejaa neema na huruma, mwepesi wa hasira na mkubwa katika upendo."

JE MWENYEZI MUNGU HUISHI API?

Mungu anaishi mbinguni na mioyoni mwetu.

Mungu ana ufalme Wake mwenyewe.

Mungu ana utamaduni wake mwenyewe na njia yake mwenyewe ya kujidhihirisha Mwenyewe. Hatuwezi kumdhibiti Yeye.

Yeye Ni Mungu.

JE, MUNGU NI WA RANGI GANI?

Mungu **ni** *Nuru, Nuru ni rangi zote.*

Mungu si mweupe, kahawia, njano, au mweusi.

Mungu ni rangi zote. Sisi sote tumeumbwa kama Yeye.

Ni muhimu kwamba tujue Mungu ni nani na kwamba anataka kutembea na kuzungumza nasi. Mungu anataka watu wake wamjue.

Kumbukumbu ya Maandiko: *Alifanya njia Zake kujulikana kwa Musa na matendo Yake kwa watu wa Israeli. Zaburi 103:7*

INAMAANISHA NINI KUUMBWA KWA MFANO WA MUNGU?

Mtu anaposema, "Wewe ni kama Baba yako," wanasema kwamba unazungumza, kutembea, kufikiri na kutenda kama Baba yako, au kwamba una uwezo maalum kama anavyofanya. Wakati Mungu alituumba, alitupa uwezo maalum na sifa kama alivyo.

Tuko na uwezo wa kiroho wa kumjua Mungu, kuzungumza naye, na kuwa na ufahamu wa uwepo Wake.

Tuna mapenzi huru - tunaweza kuchagua.

Tuna ubunifu - tunaweza kuunda.

Tuna akili - tunaweza kufikiri, kujifunza, na kuelewa.

Tuna mamlaka - tunaweza kutawala (kudhibiti, kupanga).

JE, ADUI MMOJA WA MUNGU NI NANI?

Mwenyezi Mungu ako na adui mmoja;. Yeye ni mwovu na anamchukia Mungu na anawachukia watu wake. Adui huyu atafanya kila kitu katika uwezo wake wa uovu wa kusimamisha mpango wa Mungu. Jina la adui huyu ni Shetani au Ibilisi.

Alikuja kwenye Bustani ya Edeni kama nyoka, kudanganya adamu na Hawa. Adamu na Hawa walimsikiliza Shetani na kutenda dhambi. Kisha hawangeweza tena kutembea na kuzungumza na Mungu. Ulimwengu ukawa mahali pabaya pa kuishi kwa sababu ya dhambi.

Mungu aliwaambia Adamu na Hawa kama hawakutii, hii ingetokea ... Hii inaitwa "Kifo."

SASA, wanadamu wanazaliwa na tabia ya kutenda dhambi ... Iko katika Asidi yao.

Watu walipoteza nguvu ya kuunda au kuchagua kilicho sahihi, na wakawa watumwa wa dhambi. Wametengwa na Mungu.

Mungu anataka uwe mmoja wa watoto Wake. Mungu anakupenda na anataka umjue yeye na kujifunza njia Zake. Atakuokoa kutoka kwa uongo wa Shetani na utumwa wa dhambi.

Mungu anataka kurejesha sifa Zake maalum ambazo alimpa Adamu. **Mungu anataka kukurudisha katika** "sura ya Mungu." Kisha utakuwa miongoni mwa watu wake na **atakuwa Mungu wenu**. Utajifunza kumjua Yeye, kutembea pamoja Naye, na kuzungumza naye.

DHAMBI NI NINI?

Jiulize maswali haya:

- Je, ni kitu ambacho Mungu anasema si sahihi?
- Inakufanya uwe mgonjwa au usio na afya?
- Je, daima unatakiwa kujiambia kuwa ni sahihi?
- Je, ulijisikia hatia/ubaya ulipoanza kufanya hivyo?
- Unatakiwa kujizuia kufanya hivyo?
- Je, ni dhambi?

DHAMBI HUTUTENGANISHA NA MUNGU.

Mungu anataka kuturudisha kwake, ili aweze kutembea na kuzungumza nasi kama alivyofanya katika Bustani ya

Edeni na Adamu na Hawa.

JE, TUNAPASWA KUFANYA NINI KUHUSU DHAMBI?

•Kukimbia kutoka dhambi!

•Sema ndiyo kwa Mungu.

•Msimwambie shetani.

•Ni karibu na Mungu. .

•Weka moyo wako safi.

•Tengeneza akili yako: Hakuna zaidi!

•Muombe Mungu akusamehe dhambi zako.

•Acha Mungu aingie maishani mwako.

Chora picha ukionyesha tunachopaswa kufanya kuhusi dhambi:

TUNAFAA KUFANYA TUNAPOTENDA DHAMBI?

Lazima tuangalie dhambi letu jinsi Mungu anavyoiona.

Lazima Tuombe msamaha.

KUTUBU NI NINI?

Feeling guilty is not repentance

Kuhisi vibaya sio kutubu. kutubu ni kuangalia dhambi tuliyoifanya ... Njia ya Mungu. Tunapofanya hivyo, tunasikitika kwa kile tulichokifanya, na hatufanyi tena.

Wakati mwingine inabidi tukimbie kutoka kwa dhambi.

Je inasweza kuwa sisi ni dhaifu kwa dhambi?

Sababu ya Mungu kumtuma Mwanawe wa pekee, Yesu, kufa msalabani kwa ajili yetu, ni kwa sababu sisi ni dhaifu kutenda dhambi. Tunapomwomba Mungu atusamehe, Mungu anatupa nguvu juu ya dhambi. Hii humfanya Mungu Kufurahi.

Dhambi in kufanya kile ambacho hatukuumbwa kufanya

Mungu anatupa amri na maelekezo ya kufuata kwa wema wetu wenyewe. Ni kutufanya tuwe ndani ya mtu aliyetuumba kuwa. Pia ni kuwanufaisha wengine. Wakati hatumtii Mungu, ni dhambi.

Je, Mungu Amekuuliza ufanye nini?

JE, YESU NI NANI?

Sote tumetenda dhambi, kwa hivyo sasa tunaweza kufanya nini? Dhambi hutenganisha na Mungu ambaye alitufanya.

Wakati mwingine tunahisi kutengana na lazima tuende safarini kumtafuta Mungu.

Kwa nini huwa tunatengwa na Mungu?

Mungu, Muumba wa Ulimwengu, alitembea na Adamu na Hawa katika bustani.

Adamu alitenda dhambi. Dhambi ya Adamu ilimtenganisha yeye na uzao wake wote kutoka kwa Mungu. **Adamu na Hawa walilaaniwa na peke yao**.

Yesu ni nani? Yesu ni mwana wa Mungu

Yesu ni Emmanueli " Mungu katika ardhi"

Mungu alimtuma Yesu kuwa **"Dhabihu ya Mwisho." Yesu akawa** mwanadamu kumwokoa mwanadamu.

Yesu akawa dhabihu kwa ajili ya dhambi zetu. **Yesu alikufa** kwa ajili ya dhambi zetu, kwa hivyo hatukupaswa kufa bila Mungu.

Yesu sio tu anaosha dhambi zetu, bali anatuondoa sisi sote zamani, sasa, na dhambi za baadaye na matendo katika mioyo yetu ili tusiendelee kuishi katika dhambi.

Yesu aliturudisha kwa Mungu. Dhabihu ya mwisho ya Yesu inamfanya Mwokozi wetu.

KUTUBU NI NINI?

KUTUBU NI NINI?

Sasa tunatambua kuwa tuna tatizo. Dhambi imetutenganisha na Mungu.

Je, huwa tunafika aje mahali ambapo Mungu anatupeleka?

Shida Ni Gani?

Kwa sababu ya dhambi ya Adamu na Hawa, kila mtu aliyezaliwa ametengwa na Mungu!

Suluhisho ni nini?

Toba!

MAJUTO YA BINADAMU sio toba

Hatuwezi tu kujisikia hatia tunapofanya kosa. Lazima tuombe mabadiliko ili tusiendelee kutenda dhambi. Lazima tuwe na huzuni wa kiungu.

HUZUNI YA MUNGU - Huzuni ya Kimungu husababisha kufanya kitu kuhusu hali hiyo.

Je, una kitu ambacho ungependa kutubu kutoka?

Je, umemwomba Yesu Dhabihu ya Mwisho kuja moyoni mwako na kukupa maisha mapya? Je, umejikuta ukipuuza dhambi na badala yake kufanya kile unachofikiri ni sahihi na bila kuangalia kile ambacho Mungu anasema ni sahihi? Labda ungependa kuomba na kumwomba msamaha. Anza maisha hayo mapya sasa hivi.

WOKOVU NI NINI?

Wokovu - kipawa kinachokuja kupitia kumkubali Yesu Kristo, "Dhabihu ya Mwisho," ambaye huturudisha kwa Mungu, kurudi kwa nani tuliumbwa kuwa, na mbinguni tunapokufa.

Kwa nini tunahitaji wokovu?

Mungu, Muumba wa Ulimwengu, alitembea na Adamu na Hawa katika Bustani. Adamu alitenda dhambi. Dhambi ya Adamu ilimtenganisha yeye na uzao wake wote kutoka kwa Mungu. **Wokovu ni nini?**

Yesu alikufa kwa ajili ya dhambi zako.

Muombeni yeye akusamehe makosa yenu. Mwambie awe Mfalme wa moyo wako.

YESU ANAPOJIBU MAOMBI YAKO, HIKI NDICHO KINACHOTOKEA:

Kumbukumbu ya maandiko: *Nitakupa moyo mpya na kuweka roho mpya ndani yako. Nitauondoa moyo wako wa jiwe na kuwapa moyo wa nyama. Nami nitatia Roho Yangu ndani yenu na kukufanya ufuate sheria Zangu na kuwa makini kufanya kile ninachowaambia. Ezekieli 36:26-27*

Chora Picha Ya Mungu akiwa robhoni mwako:

KUBATIZWA NA MAJI NI NINI?

Ubatizo wa maji ni wakati muumini anazamishwa chini ya maji, kuashiria Yesu kufa na kufufua maisha mapya.

Kupitia ubatizo wa maji, Yesu anasema kwa Shetani, "**Hautakuwa** na mamlaka juu yao tena. Na wanapoingia kwa watu wao hurudi nao wamekwisha potea, Unatoka nje ya maji hayo na maisha mapya, unatoka kiumbe kipya, na unatoka **mwana wa Mungu**.

Jiunge na Yesu katika mazishi kupitia ubatizo wa maji:

- Huharibu asidi – (asili ya dhambi) ya Adamu.
- Inachukua nafasi ya asidi – (asili mpya) ya Yesu Kristo.

Kupitia ubatizo wa maji sisi si watumwa tena wa dhambi, lakini sisi ni watumishi wa haki.

Mungu ametupa jibu.

ROHO MTAKATIFU NI NANI?

Mungu wetu ni nafsi tatu, lakini Mungu mmoja. Baba, Yesu Mwanawe, na Roho Mtakatifu.

Roho Mtakatifu alikuwa hai katika kuunda dunia na kuandika Biblia.

Roho Mtakatifu anapenda kuwafundisha watu kuhusu Mungu. Atakufariji unapohisi huzuni.

Roho Mtakatifu anapenda kukusaidia unapomwuliza.

UBATIZO WA ROHO MTAKATIFU NI NINI?

"LAKINI MTAPOKEA NGUVU, AKIISHA KUWAJILIA JUU YENU ROHO MTAKATIFU; NANYI MTAKUWA MASHAHIDI WANGU KATIKA YERUSALEMU, NA KATIKA UYAHUDI WOTE, NA SAMARIA, NA HATA MWISHO WA NCHI."

MATENDO YA MITUME 1:8

Ubatizo wa Roho Mtakatifu ni nini?

Baada ya Yesu kuuawa, alikuwa amekufa kwa siku tatu, ndipo Baba yake akamfanya aje hai tena. Kisha akarudi mbinguni kuwa pamoja na Baba Yake. Kabla ya Yesu kwenda mbinguni, alitumia siku 40 pamoja na wanafunzi wake. Aliahidi kumtuma Roho Mtakatifu kuwa pamoja nao ili wasiwe peke yao.

Baada ya Yesu kuondoka, Roho Mtakatifu aliwajia wanafunzi wa Yesu ambao walikuwa pamoja wakiomba, na akawabatiza kwa uwezo na ujasiri. Ilikuwa ni uzoefu wa kushangaza kama huo. Walianza kuhubiri kwa ujasiri kuhusu Yesu kwa lugha hizo hawakuwahi kujifunza na kuwafanya wagonjwa vizuri.

Sasa hawangeogopa au peke yao kwa sababu Roho Mtakatifu alikuja kuishi ndani yao, hivyo alikuwa daima pamoja nao. Ahadi ya Yesu ni kwa ajili yenu pia! Unaweza kuwa na ubatizo wa Roho Mtakatifu pia ukimwuliza.

NIFANYE NINI ILI NIOKOLEWE?

Sema hili ombi:

Mpendwa Yesu, najua kwamba nimetenda dhambi; Nimechagua kufanya mambo ambayo ni mabaya wakati ningeweza kuchagua njia sahihi. Natubu kutokana na dhambi hizo; Nataka na ninahitaji maisha yangu kubadilika ... Leo. Tafadhali nisamehe na unijaze moyo wako mpya na roho yako mpya ndani yangu. Tafadhali njoo uishi moyoni mwangu milele. Yesu, tafadhali jaza moyo wangu kwa upendo wako na huruma kwa wengine na kuniongoza siku zote za maisha yangu. Amina.

Tunawezaje kulinda zawadi kubwa kama hiyo?

Tumia wakati mzuri na Mungu na Waumini wengine

Kutembea katika Nuru - kwa uaminifu

Endelea kukiri dhambi zako

Tutumia muda kusoma Biblia yako

Omba kila siku.

NENDA UTAFUTE WANAFUNZI

Mwanafunzi ni mfuasi au mwanafunzi wa mwalimu.

Yesu alipowaita wanafunzi wake, alisema tu, "Nifuateni mimi nami **nitawafanya** kuwa wavuvi wa watu" Mathayo 4:19.

Yesu aliwafundisha kufanya kila kitu alichofanya, kuponya kila aina ya ugonjwa, kutupa pepo, na kuhubiri kuhusu Ufalme wa Mbinguni.

Kabla tu ya Yesu kwenda mbinguni, aliwaambia wanafunzi Wake kuuambia ulimwengu wote habari njema.

LAKINI UNAWEZA AJE KUFUATA MUNGU AMBAYE HUWEZI KUONA?

Fuata Biblia. Hiki ndicho kitabu chetu cha maelekezo kutufundisha kilicho sahihi. Ni barua ya Mungu kwetu.

Mfuateni Roho Mtakatifu ambaye anatupa mwelekeo wa kibinafsi tangu Anapoishi ndani yetu sasa. Ni kawaida kwako kusikia sauti ya Mungu na kuongozwa na Roho Mtakatifu.

Mungu anawapenda watu kiasi kwamba Yesu alikufa kwa ajili yao. Anataka uwaambie watu na kuwafanya wanafunzi wa wale watakaoamini maneno yako.

Kumbukumbu ya Maandiko: "Nenda, hubirini, fundisha, mkabatizwe na uwafanye wanafunzi wa mataifa yote." Mathayo 28:19, Marko 16:15-16.

KWA UHURU UMEPOKEA, TOA KWA UHURU

Kumbukumbu ya Maandiko: *"Basi, enendeni, mkawatafute mataifa yote, mkiwabatiza kwa jina la Baba, na Mwana, na Roho Mtakatifu: Kuwafundisha kuyashika yote niliyowaamuru ninyi: na lo, Mimi nipo pamoja nanyi siku zote, [hata] hadi mwisho wa ulimwengu."*

Mathayo 28:19, 20

USANIDI WA MCHEZO

Unahitaji:

- Kadi za namba au kete

- Vifuniko vya chupa au vitu vingine vidogo – 1 kwa kila mchezaji

Unaweza kuifanya:

- Tengeneza seti 3 za kadi, zifanye kutoka 1-3. Au tengeneza kete kutoka kwa karatasi - angalia picha kwenye ukurasa kinyume.

- Weka sarafu ndogo 1, kifuniko cha chupa au kitu kingine kwenye nafasi ya kuanza - kwa kila mchezaji

Lengo la Mchezo:

Mchezaji wa kwanza kwenda kutoka MWANZO hadi MWISHO ndiye atashinda. Unaweza tu kufikia huko kwa hesabu halisi.

Jinsi ya kucheza mchezo

Mchezaji mmoja lazima:

- Chora kadi au zungusha kete ya karatasi na hoja kiasi cha miraba kwenye kadi

- Ukifikia mraba wa KUMALIZA na uwe na hatua nyingi sana lazima urudi nyuma.

- Wachezaji wawili au zaidi wanaweza kuacha kwenye mraba kwa wakati mmoja.

- Mchezaji wa kwanza kupata kifuniko cha chupa kwenye mraba wa KUMALIZA anashinda mchezo!

Jinsi ya kutengeneza kete ya Karatasi:

1. Toa nakala ya ukurasa huu - kuna kete mbili za kukuwezesha kufanya mazoezi.

2. Kata kete kando ya mpaka wake wa nje.

3. Kunja kete kando ya kila pande sita (kando ya mistari).

4. Pamoja na vipande vidogo vya mkanda wazi, kanda kila ukingoni kwa ukingo mwingine.

5. Zungusha kete kuona kama inafanya kazi, basi kucheza mchezo!!

Tengeneza nakala ya kadi na ukate seti 3.

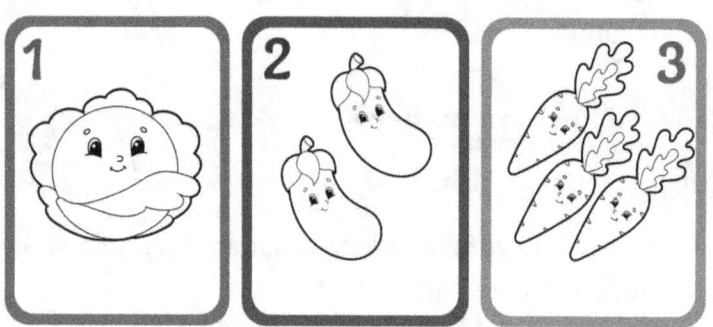

Changanya na uchukue kadi. Cheza kiasi cha nafasi kwenye kadi.

www.ingramcontent.com/pod-product-compliance
Lightning Source LLC
Chambersburg PA
CBHW052128110526
44592CB00013B/1795